AF448828

# சிறார் கிராமியக்கதைகள்

**உதயசங்கர்**

ஓவியம்: எஸ். குமார் (ரோஹிணி)

**Sirar Kiramiyakkathaikal** *(in Tamil)*
**Udayasankar**
*First Published: October 2021*
**BOOKS FOR CHILDREN**
im print of Bharathi Puthakalayam
7, Elango Salai, Teynampet, Chennai - 600 018
Email: bharathiputhakalayam@gmail.com |
www.thamizhbooks.com

சிறார் கிராமியக்கதைகள்
உதயசங்கர்
முதல் பதிப்பு: அக்டோபர், 2021
வெளியீடு:

புக்ஸ் ஃபார் சில்ரன் – பாரதி புத்தகாலயத்தின் ஓர் அங்கம்
7, இளாங்கோ சாலை, தேனாம்பேட்டை, சென்னை – 600 018
தொலைபேசி : 044 24332424, 24332924, 24356935
விற்பனை உரிமை

விற்பனை நிலையங்கள்
மதுரை: 0452 2324674, ஈரோடு: 9245448353, திண்டுக்கல்:
9942331105, 9976053719, பழனி: 9442883696, திருப்பூர்: 9486105018,
சேலம்:0427 2335952, திருவல்லிக்கேணி: 9444428358,
வடபழனி: 9444476967, பெரம்பூர்: 9444373716, திருவாரூர்:
9442540543, சேலம்: திருநெல்வேலி :9442149981,
அருப்புக்கோட்டை: 9994173551, மதுரை:, குன்னூர்:,
செங்கல்பட்டு: 044 27426964, விருதுநகர்: 0456 2245300,
கும்பகோணம்: 9443995061,
வேலூர்:, சத்துவாச்சாரி 9442553893, நெய்வேலி: 9443659147,
தஞ்சாவூர்:9655542400, கோவை: 8903707294, திருச்சி: 9994289492,
திருவண்ணாமலை: நாகர்கோவில்: 9443450111, சிதம்பரம்:
9994399347, கரூர்: 9442706676, காரைக்குடி : 9443406150

நினைத்த நூல்கள்... நினைத்த நேரத்தில்... | thamizhbooks.com 8778073949

அச்சு : பிரிண்டெக், சென்னை – 600 005.

நன்றி:

கமலாலயன்
மணிகண்டன்
ரமணி
புக் டே
பொம்மி

# 1

காப்பித்தண்ணியும் கழனித்தண்ணியும்

அந்த ஊரிலேயே வசதியான சம்சாரிக்கு ரொம்ப நாளா குழந்தையில்லை. அந்தம்மா வயித்தில ஒரு புழு பூச்சி கூட உண்டாகலை. இவ்வளவு சொத்துபத்து இருந்தும் ஆண்டு அனுபவிக்க ஒரு பிள்ளை இல்லியேன்னு அந்தம்மாவுக்கு ஒரே வெசனம். நாம செத்தா கொள்ளிபோட ஒரு பிள்ளையில்லியேன்னு அந்த சம்சாரிக்கு கவலை. பிள்ளைக்காக அவுக போகாத கோயிலில்ல. வேண்டாத தெய்வமில்ல. செய்யாத வயணமில்ல. அக்னிச்சட்டி எடுத்தாக. கூழு காச்சி ஊத்துனாக. அங்கபிரதட்சணம் பண்ணுனாக. சோசியர்களைப் போய்க் கேட்டாக. சாமியார்களைப் போய்ப்பார்த்தாக. வைத்தியர்கள்கிட்ட போனாங்க. பத்தியம் இருந்தாக. ஆனா எதுவும் நடக்கல.

ரெண்டுபேருக்கும் கொஞ்சம் கொஞ்சமா நம்பிக்கை குறைஞ்சி கிட்டே வந்தது.

கடசியில டவுனுக்கு புதுசா வந்திருந்த ஒரு டாக்டரம்மாவப் போய்ப்பார்த்தாக. அந்தம்மா என்னென்லாமோ டெஸ்டுகளை எடுக்கச்சொல்லிப்பாத்தது. எல்லாம் நல்லாத்தானே இருக்கு.. என்ன காரணம்னு மண்டைய போட்டு உடைச்சிக்கிட்டருந்தது... .சும்மானாச்சுக்கும் அது நீங்க ரெண்டுபேரும் தனியா குத்தாலம் போய் மூணு நாள் இருந்துட்டு வாங்க. அப்ப இன்னின்ன பதார்த்தங்களைச் சாப்பிடுங்க. இது வெளிநாட்டு வைத்தியமுறை. அப்படின்னு சொல்லி அனுப்பிட்டாக.

அவுகளும் குத்தாலம் போய் மூணுநாள் தங்கி நல்லாகுளிக்க, திங்க, தூங்க, இருந்துட்டு ஊருக்கு வந்தாக. மாயம் போல அடுத்த பத்துமாசத்துல ஒரு ஆம்பிளப்பிள்ளய பெத்துட்டா அந்தப்பொண்ணு. பிள்ளய தங்கத்தட்டுல வச்சித் தான் பாத்துகிட்டாக. அப்படித்தான் தாங்கு தாங்குன்னு தாங்கினாக. பிள்ளை என்ன கேட்டாலும் உடனே கிடைச்சிரும்.

அதவிட வேற வேலை! பயல் பள்ளிக்கூடம் போனான். அந்த ஊரில் பள்ளிக்கூடம் சரியில்லன்னு பக்கத்து டவுனுக்கு அனுப்புனாக. பத்திரமாக கூட்டிட்டுப் போய் கூட்டிட்டு வர்ரதுக்குன்னு ஒரு ஆளயும் அமத்துனாக.

அப்படிப் போய்க்கிட்டிருக்கும் போது பயல் ஒரு நாள் அவனுடைய சிநேகிதனுடைய வீட்டுக்குப் போனான். சிநேகிதனுடைய அம்மா டவுனு வழக்கப்படி பயலுக்கு காப்பித்தண்ணியைப் போட்டுக் கொடுத்துச்சி. சீனி போட்ட அந்த செவலை நிறத்தண்ணியைக் குடிச்சதும் பயல் அப்படியே கிறங்கிப்போனான். அப்படி அமிர்தமா இருந்துச்சி அவனுக்கு. உடனே இனிமே நாமளும் நெதமும் இந்தக்காப்பித்தண்ணியை வீட்டுல காய்ச்சித்தரச் சொல்லணும்ம்னு மனசுக்குள் நெனச்சிக்கிட்டான். அம்மாகிட்ட சொல்றதுக்காக காப்பித்தண்ணி காப்பித்தண்ணி காப்பித்தண்ணின்னு மனப்பாடம் பண்ணிக்கிட்டே வந்தான். அப்போ அந்த சிநேகிதன் வீட்டுக்கு வந்த

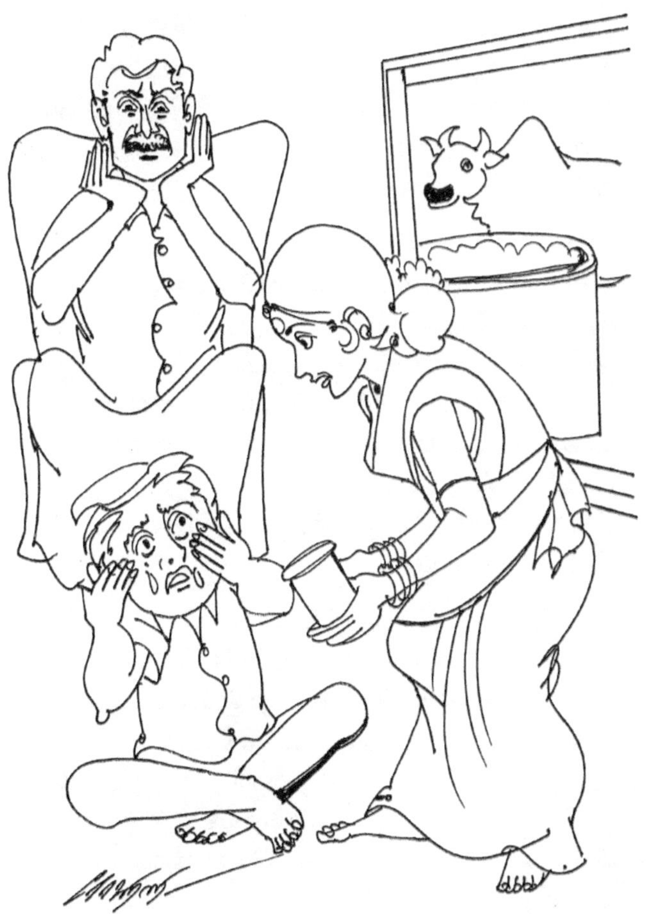

பால்க்காரர் பாலைக்கொடுத்துட்டு அம்மா கழனித்தண்ணி இருக்கான்னு கேட்டாரு. அவரு கேட்டதும் பயலுக்கு காப்பித்தண்ணி கழனித்தண்ணியா மாறிட்டது. கழனித்தண்ணி கழனித்தண்ணி கழனித்தண்ணின்னு சொல்லிகிட்டே ஊருக்கு வந்தான்.

நேரே அம்மாகிட்டே போய் யெம்மா நாளைக்கி காலைல குடிக்கிறதுக்கு எனக்கு கழனித்தண்ணி வேணும்..னு சொன்னான். அம்மா அதைக் கேட்டுட்டு தமாசுன்னு நெனச்சிகிட்டு சிரிச்சிக்கிட்டே அதுக்கென்ன ராசா தாராளமா குடின்னு சொல்லிட்டா. மறுநாள் காலைல எந்திச்சதும் மொதவேலையா குடிக்க கழனித்தண்ணியக் கேட்டான் பயல்.

மாடு குடிக்கிறதப்போய் கேக்கிறியே ராசா..ன்னு அவனோட அய்யா சொன்னாரு. அவன் சடச்சிக்கிட்டு மூஞ்சியத் தூக்கி வைச்சிக்கிட்டான். அப்ப டவுனில எல்லாரும் குடிக்காகன்னு சொல்லி அழுதான். இதென்னடா பாதரவாப்போச்சி. இதுவரை பிள்ளை கண்ணில கண்ணீரே பாத்ததில்லை. இப்பிடிப் பிடிவாதம் பிடிக்கானென்னு

அம்மாவுக்கு வருத்தம். காத்துக்கருப்பு எதுவும் பிடிச்சிருச்சான்னு தெரியலயே. ஆனா பயல் அழுது அடம்பிடிக்கான். யாராலயும் அவன சமாதானப்படுத்த முடியல.

சரி அவன் இஷ்டப்படியே செய்வோம்ன்னு பெரிய கல்தொட்டியில இருந்த கழனித்தண்ணிய மேலால மொந்து அதுல கொஞ்சம் கருப்பட்டியைப் போட்டு கலக்கி பயந்துகிட்டே கொண்டு வந்து கழனித்தண்ணிய அவங்கிட்ட கொடுத்தா அம்மாக்காரி.

அதப்பாத்ததும் ஆவலா வாங்கிக் குடிச்ச பயல் முகத்தைச் சுளிச்சான்.

டவுனில நல்லாச்சூடா கொடுத்தாக அதான் அம்புட்டு ருசியா இருந்துச்சி.. உனக்கு கழனித்தண்ணியே போடத்தெரியலன்னு சொல்லி அதைக் கீழே கொட்டிட்டான். மறுநாள் டவுனிலிருந்து வந்த சீலை வியாபாரி பேச்சோடு பேச்சாக காப்பித்தண்ணியைப் பத்தி சொல்லவும் தான் அம்மாக்காரிக்கு காப்பித்தண்ணி கழனித்தண்ணியான கத தெரிஞ்சது. எல்லாருக்கும் சிரிப்பாணி

பொங்கி வந்தாலும் யாரும் சிரிக்கல. பயல் கோவிச்சிகிட்டான்னா என்னசெய்ய?

தவமாய் தவமிருந்து வெளிநாட்டு பத்தியத்துல பெத்தபிள்ளையில்லையா?

**2**

ஐ யாம் வகுறு பசிக்கி

முந்தி ரொம்ப காலத்துக்கு முன்னாடி நடந்த சம்பவம். காமராசர் முதலமைச்சரா இருந்த காலத்தில எல்லா ஊரிலும் பள்ளிக்கூடங்களைத் திறந்து வச்சார். பிள்ளைகள் பசியாறிட்டு பாடம் படிக்கட்டும்னு மதிய உணவையும் கொடுக்கச்சொன்னார். அப்ப டவுனில இருந்த வசதியானவுங்க வீட்டுப்பிள்ளக எல்லாம் கான்வெண்ட் பள்ளிக்கிடத்துல போயி படிச்சாக. அப்படி ஒரு பள்ளிக்கிடத்துல இருந்து வர்ற புள்ளகளப் பார்த்துட்டாரு ஊத்துப்பட்டி சம்சாரி. படிச்சா நம்ம புள்ளையும் இப்படிப் படிக்கணும். அந்தப்பிள்ளைக போட்டிருக்கது மாதரி பூட்ஸூ, டை, எல்லாம் போடணும்னு அவரு மனசுல ஆவலாதி போட்டு அடிச்சிக்கிது.

கோவில்பட்டியில இருந்த அவரோட சிநேகிதங்காரங்கிட்ட விசாரிக்காரு.

"ஏலேய் அங்க கொள்ளையடிச்சுத்தான் பணத்தைக் கட்டணும்.. அதெல்லாம் நமக்குச் சரிப்பட்டு வராது.." என்று கத்தரிக்கோல் போட்டாரு சிநேகிதக்காரரு. ஆனாலும் சம்சாரிக்கு மனசாறலை. என்ன ஏதுன்னு பள்ளிக்கிடத்துக்கே போய் விசாரிக்காரு. அங்க சொன்ன பள்ளிக்கிட பீசில ஐஞ்சு ஏக்கர் கரிசக்காட்டையே வாங்கிரலாமே என்று மனசுக்குள் நெனச்சாலும் அவரோட பையன அந்த இடத்துல அந்தத் துணிமணியில கற்பனை செய்ஞ்சு பாக்காரு.

பொண்டாட்டிக்காரி வேண்டாம்கா. மச்சினமாரு வேண்டாம்னாங்க. ஏன் பிள்ளயே வேண்டாப்பா.. நான் இங்கனயே படிக்கேன்.. என்சேக்காளிக எல்லாரும் இங்கதான இருக்காக.. என்று அழுதான். ஆனால் சம்சாரி கேக்கல. அஞ்சு ஏக்கர் காட்டை வித்துக்கொண்டு போய் பணத்தைக் கட்டி படிக்கப்போடுதாரு.. பய இங்க வந்தா கண்ட பயககூடச் சேந்து கெட்டுப் போயிருவான்னு நெனச்சி ஹாஸ்டல்ல போடுதாரு.

ஊருப்பக்கமே பையன் வரல்ல. சம்சாரி மட்டும் மாசத்துக்கொருவாட்டி போய் பாத்துட்டு வருவாரு. போம்போது இருக்கற உசாரு வரும்போது இருக்காது. முகத்தை

தூக்கி வச்சிருப்பாரு. பொண்டாட்டிக்காரி கேப்பா. எரிஞ்சி விழுவாரு. கான்வெண்ட் கொள்ளிவாய்ப்பிசாசு மாதிரி கொண்டா கொண்டான்னு பணத்தைக் கேட்டுக்கிட்டே இருந்துச்சி. எப்படியோ கடன் உடன வாங்கி உருட்டிப்புரட்டி பணத்தைக் கட்டிக்கிட்டிருந்தாரு நம்ம சம்சாரி.

அந்தப் பள்ளிக்குடத்துத்துல படிப்பு முடிஞ்சி பயல் ஊருக்கு வந்தான். ஆளே மாறிவிட்டான். அவனோட தோரணை என்ன? கித்தாப்பு என்ன? யார் என்ன கேட்டாலும் பதில் சொல்ல மாட்டேங்கிறான். கேள்வி கேட்டவுகள ஒரு அலட்சியப்பார்வ பாக்கான். ஊரில எல்லாரும் மூக்கில விரல வச்சி ஆச்சரியப்படுதாக. பிள்ளயப் பாக்க வீட்டுக்கு ஆளுக வந்த வண்ணமா இருக்கு. சம்சாரிக்கும் அவர் சம்சாரத்துக்கும் ஏகத்துக்குப் பெருமை. சிரிச்சிகிட்டெயிருக்காக. ஆனா அம்மாக்காரிக்கு ஒரு சம்சயம் இருந்துகிட்டேயிருக்கு. பய வந்ததிலேர்ந்து ஒரு வார்த்த பேச மாட்டேங்கானே ஏன்னு தெரியலயே.

ஒருவழியா கூட்டமெல்லாம் போனபிறகு அம்மாக்காரி பிள்ளையின் மொகத்தை ஆசையா தடவினா. பட்டென அவ கையத்

தட்டிவிட்டு கண்ட்ரி புரூட் என்று கத்தினான். அம்மாக்காரிக்கு அவன் என்ன சொன்னான்னு தெரியல. ஆனா கோவப்படரான்னு மட்டும் தெரிஞ்சுது. ஆசையாக் கொஞ்சப்போனா நாய் மாதரி சள்ளுன்னு விழுதானே என்று மொகம் வாடிப்போனா. அவளுக்கு பொசுக்குனு போயிட்டுது. எந்திரிச்சி அன்னாட வேலைகள பாக்கப்போயிட்டா.

பிள்ள மட்டும் தனியா இருக்கான். நேரம் ஆயிட்டெ போது. யாரும் வரக்காணும். அவன் அடிவயித்திலர்ந்து ஐயாம் ஹங்கிரி ன்னு கத்துதான். சத்தத்தைக் கேட்டு மாட்டுக்குக் கூளம் போட்டுகிட்டிருந்த அம்மாக்காரி என்னமோ ஏதோன்னு பதறிட்டு வாரா. ஏல என்ன ஆச்சின்னு கேக்கா. அவன் அவள ஏறிட்டுக்கூடப் பாக்கல.

ஐயாம் ஹங்கிரி.... ஐயாம் ஹங்கிரி.. ஐயாம் ஹங்கிரி.." ன்னு சொல்லிகிட்டேயிருக்கான். உடனே அம்மாக்காரி வீட்டைப் பூட்டிட்டு தெருவுக்கு வந்து எல்லாரையும் கூப்பிடுதா. ஐயோ எம்பிள்ளைய காத்துக்கருப்பு பிடிச்சிருச்சேன்னு ஒப்பாரி வைக்கா. ஊரில இருந்த சாமிகொண்டாடிக்குச் சொல்லி விடுதாக.

அவர் கைநிறைய வேப்பிலக்கொத்தும் நல்ல புளியவிளாரையும் எடுத்துட்டு வாராரு.

முதல்ல அந்தப் பயகிட்ட நல்லதனமாக் கேக்காரு.. யாரு நீ சொல்லிரு.. அவன் அவரைப் பாக்காமலே ஐயாம் ஹங்கிரி ஐயாம் ஹங்கிரின்னு சொல்ரான். அவருக்குப் புரியல. ஆனாலும் கெத்த விடாம இது ஏதோ வெளிநாட்டுச்சமாச்சாரமா இருக்குப்பா.. ரொம்பக்கஷ்டம் தான்னு சொல்லி அதுக்கு ஸ்பெசலா சாங்கியம் பண்ணனும்காரு.. முத்தத்தில பூசை செய்றதுக்கான ஏற்பாடெல்லாம் நடந்துக்கிட்டிருக்கு.. பொழுது சாய்ஞ்சிருச்சி. அப்பதான் உள்ளேருந்து

"யெம்மா வகுறுபசிக்கி.. யெம்மா வகுறு பசிக்கி" சத்தம் கேக்குது. அம்மாக்காரி பொறுக்கமாட்டாம கதவத்தெறந்து பாக்கா பிள்ள குராவிப்போய் கெடக்கான். அவ அப்படியே கம்மங்கஞ்சியை கரைச்சி ஒரு சொம்பு நெறைய எடுத்துகிட்டு வந்து கொடுக்கா. புள்ள அவதி அவதியாக்குடிக்கான். அதுக்கப்புறம் தான் எல்லாருக்கும் விசயமே தெரிஞ்சிது. அப்புறம் எல்லாருமே அந்த வெளிநாட்டு காத்துக்கருப்போட ஒண்ணுமண்ணா இருந்துகிட்டாக.

இப்ப ஊர்ப்பயக பூராம் ஐயாம் வகுறு பசிக்கி ஐயாம் வகுறு பசிக்கி என்று தான் வீட்டில பேசறாங்கன்னா பாத்துக்குங்களேன்!

# 3

## சுண்டக்கறிப்பாட்டியும் சுக்குவெந்நீர் தாத்தாவும்

அந்தக்காலத்தில உணவை வீணாக்கறதுன்னா என்னன்னு தெரியாது. ஏன்னா கஞ்சியோ கூழோ வெறுமே ஈராங்காயத்தைக் கடிச்சிக்கிட்டு குடிச்சிட்டு சுவசுவான்னு காட்டு வேலைக்கிக் கிளம்பிப்போயிருவாக. அரிசிச்சோறு அபூர்வத்திலும் அபூர்வம். அதுவும் எல்லார் வீட்டிலெயும் கிடையாது. அரிசிப்பஞ்சம் அடிக்கடி வரும். அதனால அமாவாசை பௌர்ணமி நல்லநாள் பொல்ல நாள் அப்படின்னா தான் அரிசிச்சோறும் பருப்புக்குழம்பும் வைப்பாக. வைக்கும்போதே குழம்பை நல்ல மணமா நிறைய வைச்சிக்கிட்டு அதையே ஒருவாரத்துக்கு வச்சிச் சப்பிடுவாக.

ஒருவாரத்துக்கா?

அது எப்படி?

குழம்பைச் சுண்டக்கறியாக்கிருவாங்க..

சுண்டக்கறின்னா என்னன்னு தெரியுமா

அப்பல்லாம் மண்சட்டியில தாம் சமையல் நடக்கும். அடுப்பில ஒருபக்கம் கஞ்சியோ, சோறோ வேகும். அதிலேர்ந்து சைடுவாக்கில் நீண்ட சின்ன கொடிஅடுப்பில் சின்ன மண்சட்டியில் மீந்த குழம்பை போட்டு நல்லெண்ணெய் ஊத்தி சுண்ட வைப்பார்கள். அந்தக் குழம்பு தன்னுடைய முற்பிறவியை மறந்து புதிதாக ஒரு பிறவி எடுக்கும் பாருங்க.. அடடா!

அப்படியே லேகியம் மாதிரி உருண்டு திரண்டு மணக்கும். ஒரு துளி எடுத்து வைத்துத் தொட்டுக்கிட்டாலே போதும். சாப்பாடு போறபோக்கே தெரியாது.

சுண்டக்கறிய யாராச்சும் சாப்பிட்டுப் பாத்திருக்கீகளா? அம்புட்டு ருசியா அமிர்தம் மாதரி இருக்கும். அமிர்தம் கிடைச்சா யாருக்காச்சும் அடுத்தவகளுக்கு கொடுக்க மனசு வருமா?

சுண்டக்கறிப்பாட்டியும் அப்படித்தான். எதக்கொடுத்தாலும் கொடுப்பா. ஆனா சுண்டக்கறிய மட்டும் யாருக்கும் கொடுக்கமாட்டா.. அவ புருசன் செத்துப்போய் முப்பது வருசம் ஆயிருச்சு. ஒரே ஒரு மக. அவ பக்கத்து டவுணில இருக்கா. ஆடிக்கொரு முற அமாவாசைக்கு ஒரு முற வந்து அம்மாவைப் பாத்துட்டுப் போவா. ஒரு பேரப்புள்ளயும் இருக்காம். பய கெசவாலு!

அந்தக்காலத்தில ஒரு பழக்கம் இருந்துச்சி. அக்கம்பக்கம் வீடுகள்ள குழம்பு வாங்கறது.. வெஞ்சனம் வாங்கறது, பச்சப்பிள்ளகளுக்கு சோறு வாங்கறது எல்லாம் சகசம். யாரும் யாரையும் தப்பா நெனக்கமாட்டாங்க. இல்லன்னாலும் சடைச்சிக்கிடமாட்டாங்க.. அதெமாதரி வீட்டில ஏதாச்சிம் அபூர்வமா பண்டம் செஞ்சாலும் அக்கம்பக்கம் இருக்கறவகளுக்குக் கொடுக்காம திங்க மாட்டாக. யாரும் அதை அய்யரவா நெனக்கமாட்டாங்க.

அப்படி ஒரு பழக்கம்.

எல்லாமக்களும் ஒருத்தருக்கொருத்தர் ஒத்தாசையா இருந்த காலம்.

ஆனா சுண்டக்கறிப்பாட்டிக்கு ஒரு நல்ல பழக்கம் இருந்துச்சி. அவ என்ன செய்தாலும் எல்லாத்தையும் பக்கத்து வீட்டுக்காரிக்குக் கொடுப்பா. ஆனா சுண்டக்கறியை மட்டும் கொடுக்க மாட்டா. அவ சுண்டக்கறியைப் பிரட்டும்போது ஊருக்கே மணக்கும். அப்படி என்ன மாயம் செய்வாளோ கிழவி. குழம்பை விட மணமணத்துக்கிடக்கும். எப்படியாச்சும் சுண்டக்கறிப்பாட்டிகிட்ட ஒரு துளி சுண்டக்கறிய வாங்கிச் சாப்பிட்டிரணும்னு பக்கத்து வீட்டுக்காரி கஜகரணம் அடிச்சி பாக்கா. ம்ஹூம்.. முடியல.

இந்தக்கதைய இங்கன நிறுத்திட்டு சுக்குவெந்நி தாத்தாவைப் பாப்போம்.

சுக்குவெந்நி தாத்தா தெக்கடசியில ஒரு ஒத்தத்தட்டு வீட்டில இருந்தாரு. அவருடய பொண்டாட்டியும் பத்து வருசத்துக்கு முன்னாடி செத்துப்போனா. அதிலர்ந்து சுக்குவெந்நி தாத்தா கைக்கஞ்சி காச்சிக்குடிச்சிகிட்டு தனியாத்தான் இருந்தாரு. காடுகரைகளுக்குப் போய் ஏண்ட வேலைகளச்செய்வாரு. அதுக்கு அந்தப்பிஞ்சக்காரவுக கொடுக்கற கம்போ,

கேப்பையோ, காசோ, எதுனாலும் சரி மொகஞ்சுளிக்காம வாங்கிக்கிடுவாரு. இல்லன்னாலும் சடைச்சிக்கிடமாட்டாரு. ஆனா அவரு மூணுவேளயும் சாப்பிடுதாரோ இல்லியோ ஒரு பொழுதாச்சும் சுக்குவெந்நி குடிக்கணும். சுக்குவெந்நி மேல அம்புட்டு பிரியக்கால் அவருக்கு.

அவரு போடுத சுக்குவெந்நியும் அந்தப்படியா இருக்கும். எப்படித்தான் மனுசன் அவ்வளவு கனகச்சிதமா போடுதாரோ தெரியாது. ஒரு குண்டுமணியளவு கூட ரூசி கூடாது குறையாது. ஒருவாய்க் குடிச்சதும் கொண்டா கொண்டாங்கும்படியா இருக்கும். அவருகிட்ட ஒரு கெட்டபழக்கம் சுக்குவெந்நி போட்டா தனியாக்குடிக்கமாட்டாரு. யாராச்சும் ஒருத்தருக்காவது கொடுக்கணும். அவங்க ரசிச்சுக் குடிக்கத பாத்தாத்தான் அவருக்குத் திருப்தி. பல்லில்லாத பொக்கைவாய்க்குள் ஒரு சிரிப்பு சிரித்துக்கொள்வார். அந்தக்காலத்தில காப்பி, டீ, இதுக எல்லாம் அவ்வளவா பழக்கத்துக்கு வரல.

ஊ ரி ல மேக்கடசியில சுண்டக்கறிப்பாட்டியும் கீக்கடசியில சுக்குவெந்நி தாத்தாவும் இருந்தாக.

ஒரு நாள் மேகாத்து அடிச்சி பிடிச்சி வீசுது. கட்டியிருக்கிற வேட்டியை அவுக்குது. சேலையைப் பிடிச்சி இழுக்குது. கீகாட்டுல விறகுக்காக காஞ்ச சுள்ளிகளப் பொறுக்கி தலைச்சுமையாக் கட்டிகிட்டு வந்த சுண்டக்கறிப்பாட்டியை மேகாத்து கீழே தள்ளிட்டது. அவ காத்தப்பாத்து பேதியில போக கொள்ளையில போக ஏன் இந்த வரத்து வாரே.. செத்த சும்மா இருந்தா நான் வீட்டுக்குப் போயிருவேன்ல என்று ஏசிக்கிட்டிருந்தா. அப்ப சுக்குவெந்நி தாத்தா சுக்குவெந்நி போட்டுட்டு குடிக்க ஆளுதேடி தெருவுக்கு வாராரு. பாத்தா சுண்டக்கறிப்பாட்டி புலம்பிகிட்டிருக்கா. அவரு கூடமாட ஒத்தாசை பண்ணி சுள்ளிகளைப் பொறுக்கிக்கொடுத்துட்டு அவள சுக்குவெந்நி குடிக்கக்கூப்பிடுதாரு. சுண்டக்கறிப்பாட்டிக்கு தண்ணிதாவம். தொண்டை ஒணந்து போயிருக்கு. சரின்னு போறா. அவரு குடுத்த சுக்குவெந்நியைக் குடிச்சிப்பாக்கா.

ஆகா! தேவாமிர்தமா இருக்கே. அவ முகத்துல அப்பிடி ஒரு சந்தோசம். இன்னொரு வாட்டி குடிக்கணும்னு நெனக்கா.

ஆங்.. இது என்ன இப்படி சப்புன்னு இருக்கு.. நான் வைக்கிற சுண்டக்கறியைப் போல இல்லியே.. வேணா இன்னொரு போணி கொடு பாப்போம்னு சொல்றா. சுக்குவெந்நி தாத்தாவுக்கா தெரியாது அவ போடுற கொறச்சாலம்.

ஒ அதும் அப்படியா! ஊர்க்காரங்கள கூட்டிக் கேட்போம்னு சொல்றாரு சுக்குவெந்நி தாத்தா. சுண்டக்கறிப்பாட்டி மட்டும் என்ன லேசுப்பட்டவளா. சரி பாப்போம்னா.

ஊர்க்காரங்கள கூட்டி ரெண்டு பேரும் சுண்டக்கறியவும் சுக்குவெந்நியவும் பலுமாறுதாக. எல்லாரும் நீ நான்னு வாங்கித் திங்காக. ஆனா ஒரு பயல் ஒரு வார்த்தய பிதுக்கணுமே. ம்ஹூம்! அப்படியே அமுத்தலா எந்திரிச்சி நல்லாத்தான் இருக்கு ஆனா அவ்வளவு சொகமில்லன்னு பொய் சொல்தாக.

அவ்வளவுதான் சுக்குவெந்நித்தாத்தாவுக்கும் சுண்டக்கறிப்பாட்டிக்கும் வெளம் வருது. சரி அடுத்தவாரம் வாங்க பாக்கலாம்னு சொல்தாக. ஊர்க்காரங்களுக்குக் கொண்டாட்டம்.

இப்படியே வாரம் வாரம் ஓசிக்கு சுண்டக்கறியும் சுக்குவெந்நியும் குடிச்சிகிட்டிருக்காக. திடீர்னுதான் சுக்குவெந்நித்தாத்தாவுக்கு மண்டையில உறைக்குது. இந்த பயக நம்மள ஏமாத்துதானுக. அதே மாதிரி சுணடக்கறிப்பாட்டிக்கும் ஓர்ம வருது. அடுத்தநாள் ரெண்டுபேரும் நேருக்கு நேராப்பார்த்து சுண்டக்கறியவும் சுக்கு வெந்நியவும் பண்டமாத்து பண்ணிக்கிறாக.

சுக்குவெந்நித்தாத்தா சுண்டக்கறியைத் தொட்டு நாக்கில நக்கினவரு தான். அப்படியே கண்ணை மூடி ஆகா ஆகா ஆகான்னு ஆகாந்தரம் போட்டாரு. சுண்டக்கறிப்பாட்டியும் சுக்குவெந்நியை ஒரு மடக்குக்குடிச்சிட்டு அட அட அட அட என்று அடந்தரம் போட்டா.

உன்னோட சுண்டக்கறி தான் அமிர்தம்னு சுக்குவெந்நி தாத்தா சொன்னாரு.

உன்னோட சுக்குவெந்நி தான் அமிர்தம்னு சுண்டக்கறிப்பாட்டி சொன்னா.

அப்புறம் என்ன? ரெண்டு பேரும் ஒரே வீட்டில சேந்து இருந்துகிட்டாக. ஒத்தைசத்தையா இருக்கிற கிழடுகட்டைக எப்படியோ இருந்துட்டு போகட்டும்னு ஊர்க்காரங்க கண்டும் காணாம விட்டுட்டாக.

அதுக்கு இன்னொரு காரணமும் இருந்துச்சி. ஊர்க்காரங்களுக்கு சுக்குவெந்நியோட சுண்டக்கறியும் ஒசியில கிடைச்சதே.

அது போதாதா!

# 4

## கங்கும் தீயும் போட்டி போட்ட கதை

அந்தக் காலத்தில எல்லாம் ரெண்டு பசங்களுக்கும் சண்ட வந்துச்சுன்னு வைச்சுக்கோ எகடை முகடையாப் பேச ஆரம்பிச்சிருவாங்க. அதாம் ஏட்டிக்குப் போட்டியா பேசறது. ஒருத்தர விட ஒருத்தர் பெரிசுன்னு காட்டிக்கணும் அவ்வளவுதான். எப்படி இது ஆரம்பிக்கும்னு தெரியாது. ஏதாச்சும் விளையாட்டுல வர்ற சில்லுண்டிச்சண்ட இப்படியே வளந்துகிட்டெ போகும். இப்படித்தாம் அடுத்தடுத்த வீடுகள்ல இருந்த ரெண்டு பசங்களுக்கும் சண்ட வந்துருச்சி. ஒரு பய சொல்லுதாம்,

"எங்கூட்டில நெல்லுச்சோறு தெரியுமா.."

அதுக்கு இன்னொரு பய,

"எங்கூட்டில கருவாடு பொரிச்சிருக்கு தெரியுமா.."

"எங்கூட்டில காத்தாடி இருக்குல்ல.."

"எங்கூட்டுக்கு முன்னால வேப்பமரம் இருக்குல்ல.."

"எங்கப்பா நாலேக்கர் உழுவாரு.."

எங்கப்பா ஏழேக்கர் உழுவாரு.."

"எங்கப்பா ஒரெ அடியில முயலப் பிடிப்பாரு.."

"எங்கப்பா ஒரெ அடியில காடைய அடிப்பாரே.."

"எங்கம்மா கையி மணக்கும் தெரியுமா"

" எங்கம்மா கையும் தான் மணக்கும்.."

"ஆமா மணக்கும் மணக்கும் தீப்பெட்டி பசை நாத்தம் தான் எடுக்கும்.."

"போடா உங்கம்மா கையில குசு நாத்தம் தான் எடுக்கும்.."

அவ்வளவுதான் அதுவர வாய்ப்பேச்சா இருந்த சண்டை கைப்பேச்சா மாறிரும். கட்டிப்புரண்டு உருண்டு சண்ட

போடுவாங்க. சிலசமயம் பெரியவர்கள் யாராச்சும் பாத்து சத்தம் போடுவாங்க. சிலசமயம் யாரும் இல்லன்னா தானாவே சண்டய நிறுத்திட்டு நாளைக்கு பாத்துக்கறேன்னு சொல்லிட்டு புழுதியத் தட்டிவிட்டுப் போயிருவாங்க.. ரெண்டு நாளுக்கப்புறம் பழம் விட்டுப் பேசிக்கிடுவாக. இது வாடிக்கையா நடக்குற விசயம்.

அந்தக்காலத்தில தீப்பெட்டி அவ்வளவா பழக்கத்தில இல்லை. டவுணுக்குப் போய் வாங்கினாத்தான் உண்டு. கிராமத்துல எப்பயும் அடுப்புல கங்கு கிடக்கும். அதத்தான் எல்லாரும் அடுப்பு பத்தவைக்கும்போது ஒருத்தருக்கொருத்தர் கொடுத்து உதவிக்கிடுவாங்க. அதனால எல்லாருமே அடுப்பில கங்கு அணையாம பாத்துகிடுவாங்க. அப்படி அணைஞ்சிருச்சின்னா கண்கரண்டியோ, சாம்பிராணிக்கரண்டியோ எடுத்துகிட்டுப் போய் யார் வீட்டுல கங்கு கிடக்கோ அங்க வாங்கிட்டு வருவாங்க.. இது வழம.

ஒரு நாள் சண்டக்காரப்பயக ரெண்டு பேரு வீட்டுலயும் அடுப்பு பத்த வைக்கணும்.

அடுப்புல கங்கு இல்ல. ரெண்டு பேர்த்தோட அம்மாக்களும் பயகள கங்கு வாங்கிட்டு வரச்சொல்லி அனுப்புனாக. ரெண்டு பேரும் அடுத்த தெருவுல இருந்த அவுகவுக சின்னம்மா வீட்டுக்குப் போய் கங்கு கேட்டாங்க. ஒரு பய கரண்டியில கங்கோட வாரான். இன்னொரு பய தீப்பெட்டியோட வாரான். வரும்போதே ஒருத்தரப் பாத்து ஒருத்தர் இளக்காரமா சிரிச்சிகிட்டாங்க.

அவ்வளவு தான். ஆரம்பிச்சிருச்சி சண்ட.

கங்கு தாம்ல பெரிசு.. போட்டவுடனே பத்திக்கிடும்..

போடா வெங்கம்பயலே.. தீப்பெட்டியிலேர்ந்து ஒரு குச்சியை உரசினாப் போதும்...குபீர்னு பிடிச்சிக்கிரும்..

பாப்பமாலே

பாப்பமாலே

பாப்பம்

பாப்பம்

உடனே ரெண்டு பயகளும் என்ன செஞ்சாங்க தெரியுமா? அவுகவுக வீட்டுக்கு

முன்னால் மாட்டுக்குத் தீவனத்துக்காக மேஞ்சி வச்சிருந்த வைக்கப்படப்பு முன்னாடி வந்து நின்னாங்க.

ஒருத்தன் கரண்டியில கொண்டுவந்த கங்கைத் தூக்கி வீசுரான்.

இன்னொருத்தன் தீப்பெட்டியிலேர்ந்து ஒரு குச்சியை உரசிப் போடரான்.

என்ன ஆகும்?

ரெண்டு வைக்கப்படப்பும் கொழுந்து விட்டெரியுது.

யார் யாரைக் குத்தம் சொல்லன்னு ரெண்டு பயகளும் குன்னிப்போய் அவுகவுக வீடுகளுக்குள் ஒளிஞ்சிகிட்டாங்க. ஊரே திரண்டு தீயை அணைச்சாக. அன்னியோட அவுக சண்ட எல்லாம் ஒரு முடிவுக்கு வந்துருச்சு.

**5**

கருவாடு தின்னி

முன்னாடியெல்லாம் இப்பமாதரி வருசம்பூராவும் எல்லாப்பொருளும் கெடைக்காது. அதனால ஏகமா கிடைக்கிறப்போ அந்தப் பொருள வாங்கி வத்தல் போட்டு வச்சிக்கிருவாங்க. கூழுவத்தல், சவ்வரிசி வத்தல், பழைய சோத்து வத்தல், கட்டி வத்தல், தண்ணி வச்சிக்கிருவாங்கவத்தல், வெங்காய வடகம், மோர் மிளகாய், வெண்டைக்காய் வத்தல், சீனியரைக்காய் வத்தல், பாகக்கா வத்தல், மிதுக்குவத்தல், சுண்டைக்காய் வத்தல், மணத்தக்காளி வத்தல் என்று கோடையில போட்டு சிறி சிறு பானைகளில் காத்துப்போகாம வண்டுகட்டி வைச்சிக்கிடுவாக. குழம்போ கறியோ இல்லாத பொழுதுகள்ல அதை

இருப்புசட்டியில போட்டு வறுத்து வச்சிக்கிட்டு சாப்பிடுவாங்க. அது அம்புட்டு ருசியா இருக்கும்.

இதோட கருவாட்டுபேட்டைக்குப் போய் நெத்திலிக்கருவாடு வாங்கி வச்சிருவாக. அப்பப்ப ஐஞ்சாறு ஈராங்காயத்தையும் பச்சை மிளகாயும் நறுக்கிப்போட்டு ந்தா துளியூண்டு எண்ணெய் விட்டு துளியூண்டு உப்பு போட்டு நல்லா பொன்முறுவலா வதக்கி அதுல ரெண்டே ரெண்டு நெத்திலியைப் போட்டாச்சுன்னாபோதும் அடுத்த ரெண்டு நிமிசத்துல ஊரே வீட்டுக்கு முன்னால வந்து நின்னுகிட்டு எனக்குகொடு உனக்குக்கொடுன்னு கேக்கும். ஆனா தீயில கருகவிடாம சுட்டுத்தின்னா அதோட டேஸ்டே தனி. ஆனாலும் சிலபேருக்கு கமுத அந்த வாடை ஒத்துக்கிடாது. அவுகளுக்கு ஓமட்டிகிட்டு வரும். ஆனா ருசி கண்டவுகளுக்கு அந்த வாடைக்கே கஞ்சியோ கூழோ பழயதோ ஒரு அண்டா கூட குடிச்சிருவாக.

இந்த காய்ஞ்ச மீனுக்கு அப்படி ஒரு ருசிப்பை கொடுத்திருக்காம்பாரு கடவுளு.

நல்ல தின்னிப்பண்டாரம்யா என்று கட்டில்கால் தாத்தா சொல்லுவார்.

உடைஞ்ச கட்டில்காலை ஊணுகம்பா ஊணிக்கிட்டே நடப்பார். அதனால அவர் கட்டில்கால் தாத்தா.

அவர் சொன்ன கதை தான் இது.

அந்த ஊரில கணேசன் கணேசன்னு ஒருபய இருந்தான். அந்தப்பயலுக்கு கருவாடுன்னா உசுரு. என்ன இருக்கோ இல்லையோ கருவாடு இருக்கணும். சாப்பாடே இல்லைன்னாலும் ரெண்டு துண்டு கருவாட்ட வதக்கியோ பொரிச்சோ சுட்டோ வச்சிரணும். அப்படி ஒரு கிறுக்கு. மனுசப்பிராயத்தில ஒவ்வொரு நேரத்திலயும் ஒவ்வொரு கிறுக்கு வரும். ஒருநேரம் சப்பாட்டுல, ஒருநேரம் பணத்துமேலெ, ஒருநேரம் உடுத்திப்பக்குறதுல,ன்னு இந்தக்கிறுக்கு மாறிகிட்டே இருக்கும். அப்படி அந்தக்கணேசம்பயலுக்கு கருவாட்டுமேலே ஒரு வெறி கெளம்பிருச்சி.

இது ஒரு குத்தமாய்யா.

ஐய்யோ இதிலென்ன குத்தம்.

ஆனா விவகாரம் என்னன்னா அவம் வீட்டுல தான் ஊரிலே உள்ள எலிக எல்லாம் குடுத்தனம் பண்ணுதாக. எல்லாம் இந்த கருவாடு போடுற சொக்குப்பொடிதான். உள்ளூர் எலிக மட்டுமில்ல. வெளியூருக்கு விருந்தாடிப்போன எலிக அங்க அவுக சொந்தக்காரவுககிட்டெ இப்பிடியிப்படி ஒரு வீடு இருக்கு.. கருவாட்டுக்கு அங்க பஞ்சமே கெடையாது. நீ ஒரு ரெண்டு நாளக்கி வந்துட்டுப் போயேன்னு கூப்பிட்டுகிட்டு வர்றாக. எப்படி இருக்கும்?

கணேசன் வீடு முழுசும் எலிக சாதாரணமா அலையுதுக. அதனால கணேசனுக்குக் கருவாட்ட எங்க பாதுகாப்பா வைக்கிறதுன்னு தெரியல. அவனும் உரியில கட்டி தொங்கவிட்டுப் பாக்கான். ஏழு பானைக்கு அடியில வச்சுப்பாக்கான். தண்ணிக்கு நடுவுல தூக்குவாளியில வச்சுப்பாக்கான். எங்கன வச்சாலும் ரெண்டு நாள்ல காணாமப் போயிருது. அவனால திங்காமயும் இருக்க முடியல.

சரி ரெண்டு பூனைய வளப்போம். அப்பவாச்சும் எலிக தொந்திரவு கொறையுதான்னு பாக்கலாம்னா அதுக்கும்

வழியில்ல. ஏன்னா பூனைகளும் எலிகளோட கூட்டுச் சேந்துகிடுச்சிக. அந்தி சாய ஆரம்பிருச்சுன்னா போதும் ஆளுக நடமாடுதது கூட தெரியாம, தெரியாம என்ன தெரியாதமாதரி எலிகள் அவுகவுக வீட்டிலேர்ந்து வெளிய வந்து நடமாட ஆரம்பிருச்சிவாக.

ராத்திரியில கேக்கெவே வேணாம். படுத்துகிடக்குற ஆளுக மேலே ஏறிக்குதித்து விளையாட ஆரம்பிச்சிருவாக. இதனால கணேசனுக்கும் அவம்பொண்டாட்டிக்கும் தூக்கம் கலஞ்சி இதுகள அடிக்கதுக்கு விரட்டிகிட்டே திரிவாக. ஒண்ணுரெண்டு அடிபடும். ஆனா அதுக தான் வதவதன்னு பெருகிக்கிடக்கே.

அன்னிக்கு கணேசன் பிரண்டு கோாவில் பட்டி கருவாட்டுப்பேட்டையிலேர்ந்து துண்டுக்கருவாடு வாங்கிட்டு வந்துருக்கான். நம்ம பிரண்டு கருவாடுன்னா உசிர விடுவானேன்னு நெனச்சி ரெண்டு துண்டை அவன் வீட்டில கொண்டு போய் கொடுத்துட்டு வந்துட்டான். எப்ப கொடுக்கான். நடுச்சாமத்துல.

காட்டுவேல பாத்துட்டு அயத்துப்போய் தூங்கிக்கிட்டிருக்க பொண்டாட்டிய எழுப்பவும் பயம். அவ ஒருநேரம்போல ஒருநேரம் இருக்க மாட்டா. என்ன செய்ய?

இப்ப கணேசனுக்கு அந்தக்கருவாட்டு துண்டுகள காப்பாத்தணுமேங்கிற கவல அப்படியே போட்டு அமுக்குது. சரி இன்னிக்கு எப்படியும் ரா முழுக்க முழிச்சிருந்து பாத்திரவேண்டியதான். விடியமே பொண்டாட்டி எந்திரிச்சதும் கருவாட்டுக்குழம்பு செய்யச்சொல்லிர வேண்டியதான்னு நெனச்சிகிட்டே இருக்கான். கருவாட்டு வாசனை மூக்கைத் தொளைக்குது. எல்லா எலிகளையும் வா வான்னு கூப்பிடுது. பூனைகளும் அவனைச் சுத்தி சுத்தி வருதே ஒழிய எலியப்பிடிக்க மாட்டேங்கு. அவனும் சுதாரிப்பா மடியிலே கருவாட்டுப்பொட்டலத்தை வச்சிகிட்டு அதுக்குக்காவலா கையில ஒரு கம்பையும் வச்சிகிட்டு உக்காந்திருக்கான்.

செத்த கண்ணசந்த நேரம். நெமை மூடித் தொறக்கல. மடியில இருந்த பொட்டலத்தைக் காணோம். பாத்தா வடமூலைல ஒரு

பொந்துக்குள்ளே பொட்டலம் போய்க்கிட்டே இருக்கு.

அவ்வளவு தான். கணேசனுக்கு வெளம் வந்துருச்சி.

அவம் அமரிக்கையான ஆளுதான். ஆனா இத அவனால தாங்க முடியல. உடனே கடப்பாரையை எடுத்தான் அந்தப்பொந்தைத் தோண்டினான். அது போய்க்கிட்டிருக்கு போய்க்கிட்டிருக்கு வளஞ்சி நெளிஞ்சி இவம் வீட்டுச்சுவத்தைச் சுத்தியும், தரையிலயும் போய்க்கிட்டேருக்கு. அவனும் விடல. இன்னிக்கி ரெண்டில ஒண்ணு பாத்திரவேண்டியதான். தோண்டிகிட்டே போனான். விடிய விடியத் தோண்டினான்.

காலைல எந்திரிச்ச பொண்டாட்டிக்காரிக்கு ஆச்சரியமா இருந்துச்சி. ராத்திரி இருந்த வீட்டைக் காணுமே. எங்க போச்சுன்னு அதிர்ச்சியோட பாத்தா.

அவ படுத்திருக்கிற இடத்தத் தவிர தரையில எல்லா இடமும் தோண்டிக்கெடக்கு. நாலுபக்கச் சுவரைக் காணும். கணேசன எங்கேன்னு பாக்கறா.

அவன் பக்கத்துவீட்டுச் சுவரைப்போய் இடிச்சிகிட்டிருக்கான்.

எப்படி இருக்கு கதை!

www.ingramcontent.com/pod-product-compliance
Lightning Source LLC
Chambersburg PA
CBHW051503140726
47987CB00006B/2854